பூந்தோட்டமும் இனமுழக்கமும்!

கலைஞர் மு. கருணாநிதி

Title: Poonthottamum Inamuzhakkamum

Author: M. Karunanidhi

Language: Tamil

First Published on: 1982

Year of Publication: 2024

Book Format: Paperback

*Page Size: 6inch * 9inch*

Category: Essays

Subject: Political Essays

No. of pages: 38

ISBN: 978-81-996129-7-6

Published by: Nilan Publishers, Madurai, Tamilnadu, India

குறிப்புகளுக்காக

பொருளடக்கம்

என்னுரை

எனது அன்பு உடன்பிறப்பே, இளைய தம்பி! நான் உன் வயதில் இருந்தபோது 1947 முரசொலி வார இதழில் எழுதிய இரண்டு கட்டுரைகள் 1951ல் சென்னை பொறியியல் கல்லூரியில் 'பூந்தோட்டம்' என்ற தலைப்பில் ஆற்றிய உரை -ஏற்கனவே நூல் வடிவில் வந்தவைகள் தான் எனினும்; இப்போதும் உனக்குப் பயன்படுமென்று தமிழ்க் கனிப் பதிப்பக வாயிலாகப் பாரதி நிலையத்தார் வெளியிடுகிறார்கள். நிலையத்தார்க்கு என் நன்றி.

அன்புள்ள

மு. கருணாநிதி

சொர்க்க லோகத்தில்

சொர்க்க லோகம், சூரியன் மறையும் நேரம். சுந்தரமான பூஞ்சோலை. சோலையின் ஒரு மூலையில் சொந்த விஷயங்கள் பேசிக் கொண்டிருந்த சில தேவர்கள், சுற்றிச் சுற்றிப் பூப்பறித்து சுழல் வண்டுகளென ஆடிவந்த அரம்பையர்கள், அவர்கள் ஒருவருக்கொருவர் பேசிக் கொள்ளும் ஒய்யாரம்; ரம்பையின் நவரத்ன மாலையைப் பார்த்து மேனகை, இது ஏதடி? என்று கேட்க இது இந்திரன் தந்தது என...... 'ஓஹோ கட்டிலறைப் பரிசா' என்று மற்றவர்கள் கேலி செய்ய...... அப்படியே ஒவ்வொருவரும் தங்கள் அணிகளை...... இது சந்திரன் சன்மானம், இது சூரியன் பரிசு, இது மன்மதனின் வெகுமானம் என அறிமுகப்படுத்திக் கொண்டிருந்தனர், சந்திரனும் தாரையும் அஸ்வதி நட்சத்திரத்தை எடுத்து பூப்பந்து ஆடிக் கொண் டிருந்தார்கள், ஒரு பகுதியில் ! பூலோகத்தையே உருட்டி அக்னி பகவான் வாயு முதலியவர்கள் கால்பந்து விளையாட்டில் மும்முரமாக ஈடுபட்டிருந்தார்கள். பார்வதிதேவி பரமசிவன் தோளிலேகிடந்த பாம்பை யெடுத்து (ஸ்கிப்பிங் ரோப்) குதிக்கயிறு ஆடிக் கொண்டிருந்தாள். பிரம்மாவும் சரஸ்வதி யும் புதிதாக வெளியான ஒரு நாவலைப் படிக்கும் சுவாரஸ்யத்தில் இருந்தனர். மகாவிஷ்ணு, லட்சுமி யோடு கண்ணா மூச்சி யாடுவதாகப் பொய் சொல்லி அவள் கண்ணைக் கட்டி அலைய விட்டுவிட்டு....... ஊர்வசியும் அவரும் ஒரு அருவியின் பக்கம் போய் உல்லாசத்தில் ஈடுபட்டிருந்தனர். மயிலுக்கும் சேவலுக்கும் சண்டை மூட்டிவிட்டு, வள்ளி தெய்வயானை சமேதராய் முருகன் மகிழ்ச்சியில் திளைத்திருந்தார். விநாயகர் துதிக்கையால் நீரையுறிஞ்சி

அதை தேவ மாதர்கள் மேலிறைத்து வேடிக்கை செய்திருந் தார்.

யாரும் தன்னைக் கவனிக்கவில்லை யென்றறிந்த பரமசிவன் தோருகாவனத்து "ரிஷி பத்தினிகளின் ஜாகை"க்குப் போய்க் கொண்டிருந்தார்.

சொர்க்க லோகத்தில் இந்தச் சோலை விருந்து!

இவைகள் எதையுமே கவனிக்காமல் புல்தரையில் ஒரு கூட்டம் அமர்ந்திருந்தது. அந்தக் கூட் டத்தினரின் தோள் பட்டையில் ஒகு மஞ்சள் நிறத் துண்டுத் துணி தொங்கிற்று. அதில் நீல வர்ணத்தில் குடியேறியவர் என்று குறிக்கப் பட்டிருந்தது. முகங்களைப் பார்க்கும்போது பூலோக வாசிகள் தான் என்பது நன்றாகத் தெரிந்தது. ஆமாம் ...... பூலோக வாசிகள்தான்! கண்ணப்ப நாயனார், காரைக் கால் அம்மையார், நந்தனார், சிறுத்தொண்டர் .... இன்னும் எல்லோரும் இருந்தார்கள். அவர்கள் பேச்சு பெரிய விவாதமாக அமையவில்லை. ஆளுக்கு ஒரு வார்த்தை பேசினார்கள். அது அவர்கள் சொர்க்க லோகத்துக்கு வந்த விதத்தைப் பற்றி!

"என்னுடைய இரண்டு கண்களையும் குத்திக் கொண்ட பிறகுதான் கடவுளின் கருணை கிடைத்தது " **-கண்ணப்ப நாயனார்.**

"என் குழந்தையைத் துண்டு போட்டுக் கறி சமைத்து அதன் தலையை நானும் என் மனைவியுமே இடித்துத் துவையல் அறைத்து அன்னமிட்டேன். அதற்குப் பிறகுதான் சிவபெருமான் சித்தமிரங்கி என்னையாட்கொண்டார்." **-சிறுத்தொண்டர்.**

"அக்கினியிலே முழுகி தீட்டையெல்லாம் பொசுக்கிக் கொன்றுவிட்டு பொன்மேனியோடு வா என்று தீக்ஷதர்கள் கனவிலே தீன தயாபரன் சொல்லிவிட்டார். அந்தத் தியாகத்தை நான் செய்த பிறகுதான் தில்லையப்பனின் திருப்பாத தரிசனம் கிடைத்தது."
-நந்தனார்.

"உடலிலே உள்ள சதைகளையெல்லாம் கழித் தெரிந்துவிட்டு, ரத்தத்தை வடித்துவிட்டு எலும்பு உருவமாக- பேய் மாதிரி- தலைகீழாக நடந்து வரச் சொன்னார் பீடுடைய பெம்மான்! அந்தக் கஷ்டத் திற்கு ஆளான பிறகுதான் கைலாசபதி கடாக்ஷம் பாலித்தார்."
-காரைக்கால் அம்மையார்.

ஆலயங்களில் புல் செதுக்கினேன், அந்தணராம் திருஞான சம்பந்தரின் பல்லக்கு தூக்கினேன். அதையெல்லாம் செய்த பிறகுதான் அமரர் உலகம் வர அனுமதி கிடைத்தது, எனக்கு! ***-அப்பர்.***

'மனிதனுக்கு மானம் பெரிது. அந்த மானத்தை அடகு வைத்து, என் மனைவியை பரமசிவனோடு பள்ளியறைக்கு அனுப்பி வைத்தேன். அந்தத் தியாகத்தின் பரிசாகத்தான் இந்தப் பரமண்டல வாசத் தைப் பரமன் எனக்கு அளித்தார்.' ***-இயற்பகை நாயனார்.***

"என் முழங்கையைச் சந்தனக் கட்டைக்குப் பதிலாகத் தேய்த்து பகவத் பூசை பண்ணினேன், அதன் பலன்தான் எனக்குச் சொர்க்க லோகம். " ***-மூர்த்தி நாயனார்.***

"அப்பப்பா! இந்த லோகத்திற்கு வர எத்தனை பேரைக் கொலை செய்திருக்கிறேன் தெரியுமா? சிவனைத் தூஷித்தவர்களை யெல்லாம் மழுவால் வதைத்துக் கொன்று போட்டேன். அந்தப் பிணங் களையெல்லாம்

பிறைசூடும் பித்தரிடம் காட்டிய பிறகுதான் இந்தப் பேறு கிட்டியது." **-எறிபத்த நாயனார்.**

"சிவனுக்காகச் சேமித்து வைத்திருந்த நெல்லைப் பஞ்சகாலத்தில் சாப்பிட்டார்கள் என்பதற்காக......பக்தியின் காரணமாக என் தாய், தந்தை, என் ஆசை மனைவி நெல்லைத்தின்ற தாயின் பாலைக் குடித்திருக்கும் என்பதற்காக என் அன்புக் குழந்தை ஆகியோரைக் கொடுவாளால் வீசிக் கொலை புரிந்தேன். அதன் பிறகுதான் என் குற்றத்தை மன்னித்து கொன்றையணி செஞ் சடையார் காட்சி அளித்தார்."
-கோட்புலி நாயனார்.

இப்படிப் பக்தர்கள் தங்கள் தியாகங்களைக் கூறிப் பெருமிதங் கொண்டனர். பெருமூச்சு விட்டனர்.

உங்களுக்கும் ஆகஸ்ட் தியாகிகளுக்கும் வித் தியாசமில்லையப்பா" என்ற திடீர்க் குரல்கேட்டு, பேச வாயெடுத்த கண்ணப்பர் நிறுத்திவிட்டார். எல்லோரும் திரும்பிப் பார்த்தனர். ஒரு வாலிபம் மறைந்த மங்கையின் தோளில் கை போட்டபடி ஒரு பூனூல்கார அய்யர் நின்றார். எல்லா பக்த சிரோன்மணிகளும் அவர் வாயைப் பார்த்தபடி இருந்தனர். அந்த அய்யர் பேசினார்.

"நீங்கள் எல்லாம் மோட்ச லோகம் வர பெரிய பெரிய தியாகம் செய்ததாகப் பெருமையடித்துக் கொள்கிறீர்களே; அதை நினைத்தால் எனக்குச் சிரிப்பு வருகிறது.

தந்திக் கம்பிகளையும் தபாலாபீசுகளையும் தகனம் செய்து, இருப்புப் பாதைகளை யெல்லாம் பெயர்த்தெடுத்த காங்கிரஸ்காரனுக்குப் பெயர் தியாகிதான்! தந்திக் கம்பிகளை அறுப்பது தகாது எனக்

கூறி, ஆகஸ்ட் போராட்டம் ஆகாது என முழக்கி அதற்கு எதிரிடையாக நின்ற ஆச்சரியாருக்கும் பெயர் தியாகிதான்! என்ன விழிக்கிறீர்கள்? நான் இப்பொழுது பேசுவது தமிழ் நாட்டு அரசியல் விஷயமாக்கும்!

சொர்க்கலோகம் வர, சொல்ல முடியாத தொல்லைகள் அனுபவித்ததாகச் சொல்லுகிறீர்களே ;

இதோ பாருங்கள் நான் எந்தவிதச் சிரமும் இன்றி சிவலோகம் வந்திருக்கிறேன்.

(பக்தர்கள் ஆச்சரியத்தால் திகைத்துவிட்டார்கள்)

ஆச்சரியப்படாதீர்கள் அன்பர்களே ! இதோ என்மேல் சாய்ந்து கொண்டிருப்பது என் தாய்'

(கோட்புலி நாயனார் குறுக்கிட்டு) 'உமது தாயாரா?'

"ஆமாம், என்தாய்! என்னைப் பத்துமாதம் சுமந்து பெற்றதாய். அழகுத் தொட்டிலில் இட்டு ஆராரோ பாடிய தாய்! இந்தத் தாயாரை நான் என் தாரமாகக் கொண்டிருக்கிறேன். இங்கு மட்டுமல்ல, பூலோகத்திலேயே இந்த அன்னை என் ஆசை நயாகியாக இருந்தாள். இவள் என்னைத் தொட்டிலில் போட்டு ஆட்டினாள். நான் இவளுக்குக் கட்டிலில் இன்ப மூட்டினேன்,

மனைவியாக்குவது மாதாவை மகா பாப மல்லவா என்பீர்கள்; இதைவிட மகா மகா பாப எங்களை மஞ்சத்தில் கண்டுவிட்ட தகப்பனாரை உடனே கொன்று போட்டேன். உனக்கா சொர்க்கவாசல் திறந்தது என்று கேட்கிறீர்களா? ஆமாம்; எனக்குத்தான் சொர்க்கம் சுலபத்தில் வழிவிட்டது. 'அரகர மகாதேவா' என்றேன்; அம்மையை அணைத்தபடி அப்பன், ரிடபவாகன

ரூடராய் அருள்மழை பொழிந்தார். ஆனந்தமாக சொர்க்க பூமிக்கு வந்துவிட்டேன்."

நாயன்மார்கள் ஸ்தம்பித்து விட்டார்கள். காரைக்காலம்மை "இது உண்மையா?" என்றார்.

"சந்தேகம் வேறா? ஐயமிருந்தால் திருவிளையாடல் புராணம் மாபாதகம் தீர்த்த படலத்தைப் பாருங்கள்" என்றார் அய்யர்.

"பாபியாகிய உமக்கு மாத்திரம் இவ்வளவு சுலபத்தில் சொர்க்கலோக வாழ்வு கிடைக்கக் காரணம் என்ன?' என்று கேட்டார் சிறுத் தொண்டர்.

"இதுதான் காரணம்" என்று தன் பூணூலை உருவிக் காட்டினார் அய்யர். "நான் மட்டுமல்ல ; சுந்தரமூர்த்தி நாயனாரை தாசி வீட்டுக்குப் பகவானே அழைத்துச் சென்றார்.......... தாசி வீட்டுத் தாம்பூலத்தோடு கோயிலுக்குள் சுந்தரமூர்த்தியை வரச் செய்தார்....... சொர்க்க வாழ்வு சுந்தரமூர்த்திக்குச் சுலபத்திலே அளித்தார். அதற்கு இந்தப் பூணூல் தான் காரணம் " என்று முடித்துவிட்டு அய்யரும் அம்மையும் சென்றார்கள்.

அப்படியானால் ஆகஸ்ட் போராட்டத்தை மறுத்து ஆச்சாரியார் தியாகி ஆனதற்கும்...... என்று கண்ணப்பர் முடிப்பதற்குள்...... " ஆமாம் பூணூல்தான் காரணம்" என்று பதில் கூறினார் எறிபத்த நாயனார்.

"நாமெல்லாம் எவ்வளவு கஷ்டப்பட்டு எவ்வளவு மகத்தான தியாகங்கள் செய்து இந்த மகேஸ்வரன் திருவடியை அடைந்தோம்....... மா பாதகம் செய்த இந்தப் பிராமணன் ஒரு பூணூல் உதவியால் கைலாசம் வந்துவிட்டானே என்று சோகமூச்சு விட்டார் மூர்த்தி நாயனார்.

"நாமெல்லாம் திராவிடர், அவர் ஆரியர்... சொர்க்க லோகம் போவதில் கூட ஆரிய திராவிட வேறுபாடு வேரூன்றி விட்டதப்பா" என்று இரண்டுதுளி கண்ணீர் விட்டார் அப்பர்.

இந்நிலை மாறத்தான் " இனமுழக்கம் " நடை பெறுகிறது என உரத்துக் கூறியபடி எழுந்தேன் நான். "என்னடா தம்பி சொப்பனங் கண்டாயா?" எனக் கேட்டபடி என் தாயார் என் தூக்கத்தைத் தெளிவித்தார்கள்.

" முரசொலி"'

வார இதழ் - 1947

இன முழக்கம்

கோவலனையே என் நெஞ்சாரக் காதலித்தேன். கணிகையர் குலத்தில்தான் பிறந்தேன். ஆனால் வாழ விரும்பவில்லை. விஷங்கலவாத நீரோடை என் காதல். என் காதலைப் பாலைவன மாக்கி என் கருத்தில் நுழைந்த கட்டழகரைப் பாண்டியன் பலியிட்டான். அவர் மேல் எனக்கிருந்த அன்பு என்னைத் துறவியாக்கிற்று.

ஆனால் தமிழ்ப் பெண்ணைக் கேளுங்கள்! "காதலிற்சிறந்தவளுக்கு ஒரு உதாரணம் கொடு" என்று!

என்னை வேசி, விபசாரி என்று வசைமாரி பொழிந்து நாடகம் நடத்துவார்கள். சிலப்பதிகாரம் தெரியாதவர்கள், சிந்தனையற்றவர்கள்....!

காதலுக்கு உதாரணம் இந்திரனைக் கூடிய கௌதமரிஷி மனைவி அகல்யாவும், சந்திரனைக் காமுற்ற பிரகஸ்பதி முனிவர் பத்தினி தாரையும் என்று...... கதை கூறுவார்கள்........ காதலுக்காக வாழ்வையே தியாகம் செய்த என்னைச் சொல்ல மாட்டார்கள்!

காரணம் என்ன?

மாதவி.

என் காதலன் மதுரைக் காவலனால் கொல்லப் பட்டார் என்று கேட்டு மன்னனை நீதி கேட்டு, அம் மணிமுடியோன் தன் தவறையுணர்ந்து மாளச் செய்து, மதுரை நகரையே சாம்பலாக்கப் புறப்பட்டேன். என் மனாளனோடு இறப்புலகில் இன்பங் காண

எண்ணினேன். நான் மட்டுமா...... பூதப் பாண்டியன் தேவி, தன்கணவன் இறந்ததும் தானும் தீயில் இறங்கினாள். தீ அவளுக்குத் தாமரைப் பொய்கையாய் இருந்ததாம்.

ஆனால் தமிழச்சியைக் கேளுங்கள் "கற்புக்குப் பேர் போனவள் யாரம்மா ? என்று !"

எங்களைச் சொல்ல மாட்டாள்-ஐவரை மணந்து ஆறாவது புருடனை மாலையிட எண்ணிய திரௌபதியை அழியாத பத்தினி என்பாள்.

காரணம்என்ன?

கண்ணகி.

என் சகோதரன் செங்குட்டுவன்தான் சேர நாட்டு மகுடத்துக்கு உரியவன். ஒரு நாள் கொலு மண்டபத்தில் ஒரு ஆரூடக்காரன் நுழைந்தான். அவன் அண்ணனுக்கு முடி கிடைக்காது தம்பிக்குத்தான் அந்த அதிர்ஷ்டம் என்று புளுகினான். செங்குட்டுவன் முகத்திலே மாறுதல் படர்வதை நான் கண்டேன், "எனக்கு ஆட்சியா ? இல்லை.... இல்லை.... இந்த ஜோஸ்யத்தைப் பொய்யாக்குகிறேன்" என சபதம் ஒலித்து உடனே துறவறம் பூண்டேன். அண்ணனையே அரியணையில் அமர்த்தி அகமகிழ்ந்தேன். இது நான் சகோதரனுக்காகச் செய்த தியாகம்.

ஆனால் தமிழனைக் கேளுங்கள் 'சகோதர வாஞ்சையுள்ள ஒருவன் பெயரைச் சொல்ல முடியுமா?" என்று! உடனே பதில் வரும் 'இராமன் தம்பி பரதன்' என்று! என்பெயரும் நான் தந்த சிலப்பதிகாரமும் தமிழனுக்குச் சரியாகத் தெரியாது.

காரணம் என்ன?

இளங்கோவடிகள்.

"என் நண்பன் சோழ மன்னனை நான் நேரில் பார்த்தது கூட இல்லை. ஆனால் அறிவின் சிறப்பு எங்களைத் தோழர்களாக்கிற்று, மன்னன் இறந்தான் என்ற செய்தி என் செவியைத் தொடுவதற்குள் நான் மாண்டுவிட்டேன்.

ஆனால் தமிழனைக் கேளுங்கள்; நட்புக்கு யாரப்பா நல்ல உதாரணம்? என்று ! என்னைச் சொல்ல மாட்டான்- இராமாயணத்துக் குகன், விபீஷணன் சுக்ரீவன் ஆகியவர்கள்தான் அவன் நினைவுக்கு வருவார்கள்.

காரணம் என்ன?

புலவர் பிசிராந்தையார்.

நானும் பட்டினத்தாரும், தாயுமானவரும், பதினெட்டுச் சித்தரும் எவ்வளவோ பாடிப் பார்த்தோம் இந்தப் பாழ் பட்ட நாட்டைப் பண்படுத்த! நாங்கள் பட்ட தொல்லைகள் கொஞ்சமல்ல.

என்னை ஒரு அறையிலே தள்ளிக் கொன்று அருட்பெருஞ் சோதியிலே ஐக்யமாகிவிட்டதாக அறியாத மக்களிடம் அறிவித்துவிட்டனர். இவ்வளவு அல்லலுற்றோமே.......ஆனால் தமிழனைக் கேட்டுப் பாருங்கள்; 'உன் நாட்டில் சமரச கீதம் பாடியவர்கள் யாரப்பா?' என்று! நாங்கள் அவன் நெஞ்சில் இடம் பெற மாட்டோம்.

ஆனால் சாதாரண சாயிபாபா அவன் நெஞ்சில் மட்டுமல்ல.... பொத்தானாக, மோதிரமாக அவன் உடலிலும் இடம் பெறுவார்.

காரணம் என்ன?

வடலூர் இராமலிங்கம்.

"கர்வத்தால் கனத்துப்போன கனக விசயர் தலைகளில் கல்லேற்றி இமயத்தில் கொடி பொறித்து, இந்நாட்டுப் புகழ் பெருக்கி வந்தேன். தமிழர் வீரத்தைத் தரணிக்கு எடுத்துக் காட்டினேன்.

ஆனால் தமிழனைக் கேளுங்கள்; 'வீரத்திற்குச் சான்று யார்? என்று! என்னை மறந்து விடுவான் மறைந்திருந்து வாலியைக் கொன்ற மகாவிஷ்ணுவின்அவதாரம் இராமபிரான் என்று வர்ணிப்பான்.

காரணம் என்ன?

சேரன் செங்குட்டுவன்.

உலகு செழிக்க - வாழ்வு உயர - அல்லல் மாள - அவதி நீங்க அரும் பாடு பட்டு ஆயிரத்து முன்னூற்று முப்பது அருங் குறட்பாக்கள் அளித்தேனே....

ஆனால் தமிழனிடம், "வாழ்வு ஓங்க வழி வகுத்தவன் யார்?" என்று வினவுங்கள். பகவத்கீதை யைத்தான், கண்ணன் காட்டிய வழி என்று உங்களிடம் காட்டுவான்.

காரணம் என்ன?

திருவள்ளுவர்

ஒரு நாள்....மாலை நேரம்.... தேரில் சென்று கொண்டிருந்தேன்........ சிரித்த முல்லைக் கொடி தழுவிப் படரக் கொம்பில்லாமல் தவித்தது. என் தேரை நிறுத்தி அதன் தூணில் அதைப் படர விட்டு.... கால் நடையாக அரண்மனை திரும்பினேன்.

புலவர்களுக் கெல்லாம் பொன்னும் மணியும் அள்ளிக் கொடுத்தேன்.

ஆனால் தமிழனைப் பார்த்து "தம்பீ! கொடை வள்ளல் ஒருவன் பெயரைக் குறிப்பிடு" என்று கேட்டுப் பாருங்கள்; என் பண்பே அவனுக்குத் தெரியாது......." கொடைக்குக் கர்ண மகாராஜா' என்பான்.

காரணம் என்ன?

பாரிவள்ளல்.

காரணம் என்ன? ....அத்தனை பேருங் கேட்கிறார்கள், காரணம் என்ன? என்று!....

காமராஜ நாடார் தனக்குத் தெரியாது என்கிறார். கிராமணியார் தெரிந்தும், காரணம் சொல்ல மறுக்கிறார்.

இதோ காரணம் சொல்கிறான் சுயமரியாதைக்காரன்....

'வள்ளுவரே! வடலூர் இராமலிங்கரே! வாளுக்கஞ்சா வீர செங்குட்டுவரே! வள்ளல்பாரியே !மாதவியே! கண்ணகியே!. நீங்கள் போற்றப்படவில்லை, காரணம்: நீங்கள் திராவிட இனம். அவர்கள் ஆரிய இனம்."

"திராவிடன் திராவிடனைப்போற்றாத அளவுக்கு மான மிழந்து விட்டானா? இப்படித் திருவள்ளுவர் கேட்கிறார்? சோகமாக!

"இந்நிலை மாறாதா?" என கண்ணீர் விடுகிறாள் கண்ணகி.

மாறும் ... அதற்குத்தான் நாட்டில் இன முழக்கம் நடைபெறுகிறது", என்று ஆறுதல் வார்த்தை பேசுகிறான் உறுதியொளி வீசும் கண் களோடு சுயமரியாதைக்காரன்!

"முரசொலி

வாரஇதழ் - *1947.*

பூந்தோட்டம்

தலைவர் அவர்களே! தோழர்களே! இன்ஜினீயரிங் கல்லூரி தமிழ்க் கழகத்தின் சார்பாக நடைபெறும் இந்த விழாவில் என்னைக் கலந்து கொள்ளுமாறு விரும்பிய நண்பர்கட்கெல்லாம் என் நன்றியை தெரிவித்துக் கொள்கிறேன் தலைவர் முன்னுரையில் உங்களை யெல்லாம் நான் பூந்தோட்டத்திற்கு அழைத்துச் செல்லப் போகிறேன் என்றும், அது எத்தகைய பூந்தோட்டமாக இருக்குமோ என்று ஆர்வத்தின் காரணமாக ஐயமுற்று, ஒரு வேளை இலக்கியப் பூந்தோட்டமாக இருந்தால் அவர் பின்னே சென்று இலக்கிய இன்பம் அனுபவித்து பிறகு திரும்பும்போது வருத்தமுடன் திரும்ப வேண்டுமோ என்று சந்தேகப்பட்டு, அது போன்ற சூழ்நிலையை சொற்பொழிவாளர் சிருஷ்டிக்க மாட்டார் என்று நம்புவதாக ஜாடை காட்டிப் பேசி முன்னுரையை முடித்துக் கொண்டார். நான் உங்களையெல்லாம் பூந்தோட்டத்திற்கு அழைத்துச் செல்ல வரவில்லை. நாமெல்லாம் அமர்ந்திருக்கும் பூந்தோட்டத்தைப் பற்றித் தான் பேசப்போகிறேன்.

பூந்தோட்டம் அமைப்பதென்பது சாதாரணமான தல்லதான். தோட்டம் அமைக்க, காடுகளை அழிக்க வேண்டும். மேடுகளை இடித்து மட்டமாக்க வேண்டும். பள்ளங்களைச் சரிப்படுத்தி பண்படுத்த வேண்டும். இப்படி யெல்லாம் சிரமப்பட்டு சிருஷ்டிக்கப்பட்ட சிங்காரப் பூந்தோட்டம் திடீரெனவோ, அல்லது சிறிது சிறிதாகவோ சீரழிந்து விடுவதுமுண்டு.

பொழுதுதோறும் புனலுக்கும், அனலுக்கும், கக்கும் விஷப் பாம்பினுக்கும் இடையறா நோய்களுக்கும் ஈடு கொடுத்து உண்டாக்கிய பூந்தோட்டத்திலே மலர்ந்து மணம் வீசும் மலர்களை, உழைக்காதவன், வியர்வை சிந்தாதவன் பறித்துச் சென்று பரவசத்தில் ஈடுபடுகிறான் ஒரு புறத்திலே! இரும்புக் கரம் உண்டாக்கிய இன்பச் சோலை! அதிலே சுவை சிந்தும் தேன் மலர்! அதைக் கொய்து செல்லும் பொன்கரம்! இப்படி ஒரு வேதனை யான சூழ்நிலை பூந்தோட்டத்திலே! அடுத்தது, பூந் தோட்டத்திலே பயிராக்கப்பட வேண்டிய மலர்கள் என்ன என்ன என்பது!

எழில் ரோஜா இருப்பதா? அல்லது எருக்க மலர் இருப்பதா? கவின் பொழியும் மல்லிகைக் கொடியா? கள்ளிக்காடா? இது போன்ற கேள்விக்குறிகள் உலவுகின்ற நிலை பூந்தோட்டத்திலே!

அடுத்தது, பூந்தோட்டத்தை மிதித்து நாசமாக்கிய மாடுகளையும் ஆடுகளையும் விரட்ட வேண்டும் என்ற அவசரம் ஏற்பட்டு, மாடும் ஆடும் ஓடி விட்டன என்ற உற்சாகத்திலிருப்பவரிடம், ஆடும் மாடும் போனது உண்மை; ஆனால் சேர்ந்திருந்து செழிப்பைக் கொல்லும் சிறு பூச்சிகளும், புல்லுருவிகளும் போக்கப்பட வேண்டும் என்ற முழக்கம் ஒரு புறம் பூந்தோட்டத்திலே!

இத்தகைய மூன்று விதமான பிரச்சினைகள் முற்றுகை யிட்டிருக்கும் பூந்தோட்டம் நம் கவனத்துக்குரியதுதான்.

கவனத்துக் குரியது மட்டுமல்ல; கவலை கொண்டு காரியமாற்ற வேண்டிய கடமையுணர்ச்சியும் காற்றோடு

கலந்து நம் உணர்வைத் தொடுகிற உயர் பணியைக் கூடச் செய்யக் கூடியதுதான் நாம் ஆராயப் போகிற 'பூந்தோட்டம்!'

நாம் வதியும் தமிழகத்தை ஒரு பூந்தோட்டமாக நினைத்துப் பார்த்தால், சிலப்பதிகார ரோஜாவும், சீவக சிந்தாமணி எனும் செண்பகமும், குண்டலகேசி பூங்கொத்தும், மணிமேகலை மல்லிகையும், அகம்புறமென்ற அன்றலர்ந்த முல்லைகளும் மணம் பரப்பிடக் காணுகிறோம். அந்த மலர்களின் மணத்தை மொண்டு மொண்டு தரும் தென்றலாக, பாரதியார் - பாரதிதாசன் கவிதைகளும் மிதந்திடுவதைக் காணுகிறோம். இத்தகைய சீர் குலுங்கும் நந்தவனத்திலே ஒரு மூலையிலே கள்ளிக் காடும் இல்லாமலில்லை. வாசமற்ற கனகாம்பரமும் வைக்கப்படாமலில்லை. மாலைவேளையிலே உல்லாச உலாவல் நடத்த முடியாதபடி பயமுறுத்துகின்ற பாம்புகள் வாழும் பெரும் புற்றுக்களும் தோன்றாமலில்லை.

கள்ளி என்கிறேன். சிலருக்கு கடுமையாகக் கூடத் தெரியலாம்; உள் நுழைந்து பார்க்காத காரணத்தால். கம்பராமாயணம் தமிழகப் பூங்காவிலே கள்ளியாகத்தான் வளர்ந்து விட்டது. கள்ளி மலரிலே அழகுண்டு, கம்பர் காதையிலே கவிதை நயம், இருப்பது போல! கள்ளி மலரிலே நறுமணம் கிடையாது; கம்பர் சித்திரத்திலே இன உணர்வு இல்லாதது போல!

முள் நிறைந்தது கள்ளி! தமிழ் உணர்ச்சிக்கு முட்டுக் கட்டை போடுவது ராமாயணம்!

சிலப்பதிகாரத்தை ரோஜாவென்று குறிப்பிட்டேன், ரோஜாவுக்கு முள் இருப்பதால்!

சிலப்பதிகாரத்திலே கற்பனைக் கெட்டாத சம்பவங்கள் இருக்கலாம். ஆனால் சிலம்பு ஒலிக்கும் போது செந்தமிழ்ப் பண்பு ஒலிக்கிறது. சேரனின் வீரமும் சோழனின் மனவளமும், பாண்டியனின் நேர்மையும்—மொத்தத்திலே மூவேந்தர் ஆண்ட மூன்று பெரும் நாடு களைப்பற்றிய குறிப்புகளும் நிறைந்து கிடக்கிறது இளங்கோ தந்த அந்த இன்பப் புதையலிலே! சேரனின் தம்பி தயாரித்த தங்கரோஜா சிலப்பதிகாரம்!

கற்பனைக் கெட்டாத நிகழ்ச்சிகள் இதிலே உள்ள முட்கள்! ரோஜா தேவையா? இல்லையா? என்பது விவாதிக்க தேவையில்லாத பிரச்சினை!

இத்தகைய காடுகள் பூந்தோட்டத்திலே பரவிடக் கூடாது என்கிறது ஒரு பலமான குரல்! பகுத்தறிவுக் குரல்! இல்லை-அவைகளும் இருக்கத்தான் வேண்டு மென்கிறது ஒரு மெலிந்த தொனி! பண்டிதர்கள் பக்கமிருந்து கிளம்பும் தொனி!

இப்படி ஒரு போராட்டம் பூந்தோட்டத்திலே அறிவியக்கத்திற்கும் அதன் எதிர் எதிர் இயக்கத்திற்கும் நடைபெறுகிறது!

அந்தக் காலத்தின் பெருமைகளும், அயோத்தி ராமச்சந்திரனின் கல்யாண குணங்களும், அழகான தமிழிலே எடுத்துச் சொல்லப்படுவதால் மட்டும் அந்தக்

காலம் என்பது அற்புதமான காலம் என்று நம்பிவிட முடியாது.

அந்தக் காலத்தை அடியோடு புறக்கணிக்க வேண்டு மென்கிற அவசர ஆவேசங் கொண்டவர்களுமல்ல, அறிவுப் படையில் அணிவகுத்து நிற்பவர்கள். அந்தக் காலம் சில பலவற்றிற்கு சிறந்ததாக இருக்கலாம். ஆனால் அதன் ஆதிக்கத்திலே மிதிபட்டு இந்தக் காலம் நெளிந்து கிடக்க வேண்டு மென்பதை யார்தான் ஒப்புக் கொள்ள முடியும்?

அந்தக் காலத்து நல்லவைகளைக் கொண்டு வந்து இந்தக் காலப் புதுமைகளோடு இணைப்பதிலே எதிர்ப்பு கிடையாது!

இரண்டு காலங்களையும் மோத விட்டு விட்டு வேடிக்கை பார்க்கிறார்களே, அதுதான் வேதனையைத் தருகிறது!

சிறிது- நடைமுறை நிகழ்ச்சிகளை, நாட்டிலே கிளம்பிடும் கேலிப்பேச்சுக்களை-கண்ணையும் காதையும் திருப்பி கவனித்தால், வேதனையோடு வேடிக்கையும் சேர்கிற ஒரு விசித்திர சூழ்நிலையே உண்டாகிறது எனலாம்.

இந்தக் காலத்திலே இவர்கள் எல்லாம் இப்படிப் பேசித்தான் நாட்டிலே மழைகூடப் பெய்வது கிடையாது என்ற முணு முணுப்பு ஒரு புறம்!

அதற்கு-அந்தக் காலத்திலே-உங்கள் நல்லதங்காள் காலத்திலே நாத்திகம் பரவாத காலத்திலே-பனிரெண்டு வருடம் மழை கிடையாதாமே என்ற பதில் ஒருபுறம்!

"இந்தக் காலத்திலே பிள்ளைகளுக்கு கொஞ்சமாவது சகோதர வாஞ்சையிருக்கிறதா?

அந்தக் காலத்திலே பாராளப் பிறந்த ராமனின் பாதுகைகளை தம்பி பரதன், தலையிலே சுமந்து, அவைகளை அரச கட்டிலிலே அமர்த்தி அதன் பிரதி நிதியாக தானிருந்து அரசோச்சினானே-அவனல்லவா உண்மையான தம்பி-அதுவல்லவா சகோதர வாஞ்சை!" என்று அந்தக் காலத்துப் புகழ் பாடப்படுகிறது ஒரு புறத்திலே!

உடனே, அண்ணன் பாதுகைகளைச் சுமந்து சகோதர வாஞ்சையின் எடுத்துக் காட்டாக நின்ற பரதன் வாழ்ந்த அதே அந்தக் காலத்திலேதான், அவன் அண்ணன் அயோத்தியானுக்கு, தன் அண்ணன் இராவணனைக் காட்டிக் கொடுத்த சகோதரன் விபீஷணனும் இருந் திருக்கிறான் என்ற பதில் வீசப்படுகிறது ஒருபுறத்திலே!

அண்ணன் காலணியைத் தலையில் தாங்கிய பரதன்! அண்ணன் தலையை எதிரியின் காலடியில் வைக்குமாறு கோரிய விபீஷணன்!

இருவருமே இருந்தது அந்தக் காலத்திலேதான்!

'இந்தக் கால மாணவர்கள், ஆசிரியர் நாற்காலியில் முள் வைக்கிறார்களே- அந்தக் காலத்திலே, துரோணாச் சாரியார் என்ற குருவுக்கு கட்டை விரலைத் துண்டித்து காணிக்கையாகக் கொடுத்த ஏகலைவன் இருந்திருக் கிறானே- அந்தக் காலத்து குரு பக்திக்கு ஈடுமுண்டோ?" என்ற பெருமை கீதம் பாடப்படுகிறது ஒரு புறத்திலே!

ஆனால், ஆச்சாரியார் துரோணருக்கு கட்டை விரலைத் தந்த சிஷ்ய சிரேஷ்டன் ஏகலைவன் வாழ்ந்த அந்தக் காலத்திலேதான்-குரு பத்தினி தாரையைக் கூடிய சந்திரனும் இருந்திருக்கிறான் என்று பதில் கூறி, எப்படி அந்தக் காலம் குரு பக்தியிலே சிறந்ததாகும் என்று கேள்வி தொடுக்கப்படுகிறது பிறிதோர் புறத்திலே!

தெருவிலே நடந்து செல்லும் இரண்டு இளைஞர்களை இரண்டு கிழவர்கள் காணுகிறார்கள். ஒரு இளைஞன் மூக்குக் கண்ணாடி போட்டிருக்கிறான். அதைப் பார்த்த கிழவன், பக்கத்துக் கிழவனிடம் "பார்த்தாயா! எவ்வளவு சிறு வயதில், பார்வையிலே பழுது ஏற்பட்டுவிட்டது, மூக்குக் கண்ணாடி போட்டுக் கொண்டிருக்கிறான்; இந்தக் காலமே இப்படித்தானப்பா-அந்தக் காலத்திலே இப்படியெல்லாம் உண்டா?" என்று அந்தக் காலத்திற்கு வக்காலத்து வாங்குகிறான்,வயோதிகன்!

அந்த இளைஞர்கள் காதிலே இந்தப் பேச்சு விழுந்தால் அவர்கள் என்ன பதில் சொல்லுவார்கள் என்று எண்ணுகிறீர்கள். இந்தக் காலத்திலே கண் கெட்டு விட்டால் சிகிச்சை செய்து கொள்ள வைத்தியசாலை இருக்கிறது; கண் பார்வையைக் கூர்மையாக்கி கொள்ள

மூக்கு கண்ணாடி கண்டு பிடிக்கப் பட்டிருக்கிறது; ஆனால் அந்தக் காலத்திலே இந்த வசதி கிடையாதே!

கண்ணொளி கெட்ட திருதராஷ்டிரன் கடைசி வரையில் குருடனாகத்தானே இருந்தான் என்று இளைஞர் கள் கேட்டிருப்பார்கள்- தண்ட காரண்யத்திலே காணாமற்போன சீதை மட்டும், இந்தக் காலத்திலே காணாமற் போயிருந்தால், ராமனுக்கு சுக்ரீவனுடைய உதவியா வேண்டும்; தினசரிப் பத்திரிகையே போதுமே!

"என் மனைவி சீதை இன்ன அடையாள முள்ளவள் அவளைத் தேடிவா" என்று அனுமானிடம் கூறியதை, ராமன் பத்திரிகையிலே விளம்பரப்படுத்தி வெகு சுலபமாக வைதேகி இருக்குமிடத்தை அறிந்திருக்கலாமே! அல்லது, மிதிலாபுரிக்கு ஜனகனுக்கு ஒரு 'டிரங்கால்' செய்து "மாமா! உங்கள் மகள் வந்தாளா?" என்று கேட்டு, அயோத்திக்கு தந்தி கொடுத்து "உன் அண்ணியைக் கண்டாயா?" என்று வினவி- எவ்வளவு சீக்கிரம் சீதை பற்றிய விபரங்களை அறிந்திருக்கலாம்.

இந்தக் காலத்து வசதிகள் எவ்வளவு சுலபத்திலே காரிய சாதனைகட்கு ஏற்றவையாகவுள்ளன.

இந்தக் காலம்பற்றி உணர்ந்தோர்- இந்தக் கால மகிமைகளைப்பற்றி உரைப்போர் சிலர்கூட அந்தக் காலக் கருத்துக்களோடு மோ திடுவதைக் காணும் போது, கவலைதான் ஏற்படுகிறது பூந்தோட்டத்திலே உலவிடுகிற நமக்கு.

"ரிஸ்ட் வாட்ச்' கட்டிக்கொண்டு ராகு காலம் பார்க்கிறார்கள்.

மூக்குக் கண்ணாடியணிந்து பாரதம் படிக்கிறார்கள். வெளிநாட்டில் தயாரான கேமராவுக்கு தேங்காயுடைத்து, குங்குமமிட்டு, சூடம் கொளுத்தி, வணக்கம் செய்து திரைப்பட மெடுக்கிறார்கள்.

இந்த விசித்திரங்கள் வேடிக்கையாகவா தோன்று கின்றன! வேதனைப் புயலையல்லவா திடீர் திடீரென்று பூந்தோட்டத்தில் வீசிடச் செய்கின்றன.

அமெரிக்காவிலே அரசியல் வாழ்விலே இருந்து, ட்ரூமன் ஓய்வெடுத்துக் கொண்டால் எதைப்பற்றி எழுதுவார் என்று எதிர்பார்க்கிறீர்கள்!

"பஜகோவிந்த "மா எழுதிக் கொண்டிருப்பார். மேதை, விவேகி, விற்பன்னர், அரசியல் தந்திரி ராஜிய வேலைகளை விட்டு ஓய்வு பெறுகிறவர், உயரிய கொள்கைகளை மக்கள் உள்ளத்தைத் தொடும் உணர்ச்சி எழுத்துக்களை எழுதிக் குவிப்பார் என்று எண்ணிடு பவருக்கு, இன்பத்தாமரை தரமாட்டேன்- எருக்கம் பூவைத்தான் தருவேன் என்றால் இந்த நிலையை எப்படித்தான் வர்ணிப்பது!

கள்ளிக் காடுகளே, தோட்டத்திலிருந்து அழிய வேண்டுமென்று எண்ணிடும் வேளையில் எருக்கஞ் செடிகளையும் எடுத்துவந்து பயிராக்குகிறேன் என்று

முற்றுமுணர்ந்தவர்களே கூறினால் எப்படி வாய் மூடி மௌனியாக இருப்பது!

இந்தச் சங்கடமான சம்பவங்கள் தான், தமிழகச் சோலையிலே, எந்த மலர்கள் இருக்க வேண்டும்.

இன் னும் எத்தகைய மலர்கள் பயிராக்கப்பட வேண்டும் என்ற போராட்டத்தை பகுத்தறிவு புரியினருக்கும், பழமைத் தீவினருக்கும் ஏற்படுத்தியிருக்கிறது!

எம்மலர் வைப்பது என்பது ஒரு பிரச்சினை ! அடுத்தது, வைத்த மலர்கள் யாருக்குச் சொந்த மென்பது!

வியர்வை சிந்தியவன் தான் வைத்த மலர்ச்செடி தனக்குச் சொந்த மென்கிறான். வியர்வையை விருந்தாக எண்ணிடும் வீணன் மலர்கள் தன் மாளிகை மஞ்சத்திலே தூவப்பட வேண்டுமென்கிறான்.

இந்தப் போராட்டம், பூந்தோட்டத்திலே ஒரு முக்கிய அங்கம் பெறுகிறது!

'மலர் உழைத்தவனுக்கா? அல்லது உல்லாசிக்கா?' என்பதுதான். பொது உடைமைக்கும் பூர்ஷுவா கொள்கைக்கும் நடைபெறுகிற போராட்டம். இதிலே வெற்றிக் கொடி நாட்டிய நாடுகள் ரஷ்யாவும், சீனாவும் - நம்மைப் பார்த்துப் புன்சிரிப்பு சிரிக்கின்றன.

மூன்றாவதாக தோட்டத்திலே மேய்ந்த வெள்ளை மாடுகளை விரட்டி விட்டோம் - இனி வேலிகூடத்

தேவையில்லை என்ற வீராப்பு பேசிடுபவருக்கும், வெள்ளை மாடுகள் ஓடி விட்டன; ஆனால் பூச்சிகளும் புல்லுருவி களும் மலர்ச் செடிகளைப் பாழாக்குகின்றன - அவைகளை ஒழிப்பதற்கு தனியுரிமை என்ற மருந்து தெளிக்கவேண்டு மென்பவர்களுக்கும் நடைபெறுகிற போராட்டம்!

எந்த மலர் தேவையென்பது சமுதாய சீர் திருத்தம்.

மலர் யாருக்குச் சொந்தமென்பது, சமத்துவ கோரிக்கை விளக்கம்.

பூந்தோட்டமே யாருடையது? இப்போது யாருடைய ஆதிக்கத்திலிருக்கிறது? அந்த ஆதிக்கத்திலிருந்து விடுபட்ட சுந்தரச் சோலை சொந்தக்காரரின் வசமாக வேண்டாமா என்பது தனியுரிமைக் கோரிக்கை பற்றிய பிரச்சினை!

இந்த மூன்றில் எது முன்னர் நடைபெற வேண்டு மென்பது சிந்திக்க வேண்டிய ஒன்று!

(1) எந்த மலர்?

(2) மலரை யார் பறிப்பது?

(3) தோட்டம் யாருடையது?

இந்த மூன்று கேள்விகளையும் முறையே வைத்து ஆராயும் போது, நாம் விரும்பும் மலரை பயிராக்குவதற்கும், தோட்டம் நமக்கு சொந்தமாக

வேண்டும். அதுவரையில் நாம் விரும்பும் மலர் பற்றிய சிறப்புகளைத் தான் சொல்லிவர முடியும்.

மலரை நாமே பறித்து அனுபவிப்பதற்கும் தோட்டம் நமக்குச் சொந்தமாக வேண்டும்.

அதுவரையில் மலர் நமக்குக் கிடைத்தால், எப்படி எப்படி மாலை தொடுக்கமுடியும் என்பதைத்தான் கூற முடியும்!

ஆகவே முதலில் அவசரமாக - அவசியமாக - நடை பெற வேண்டியது, தோட்டம் நமக்கு சொந்தமாக வேண்டியதுதான்!

தோட்டம் நமக்கு சொந்தமாகிவிட்டால், தொல்லை தரும் பூச்சிகள் அழியும்.

தூய மலர்கள் சிரிக்கும் - மலருக்குரியவர் நாமே காரியத்தில் ஈடுபட வேண்டுமென்றுதான் உங்களையெல்லாம் அழைக்கிறேன்.

ஈடுபட வருகிறவர்கள், மலர் உழைத்தவனுக்குச் சொந்தமென்பதை உரத்த குரலில் கூறுபவர்களாக இருக்க வேண்டும்.

மாசற்ற மலர்கள் மணம் பரப்பிட வேண்டும் என்ற மனப் பக்குவம் படைத்தவர்களாயிருக்க வேண்டும்.

நாம் அமர்ந்திருக்கிற பூந்தோட்டத்திலே வீரன் செங்குட்டுவன், உலாவியிருக்கிறான்.

கடாரங்கொண்ட சோழன், களிப்பு கீதம் பாடியிருக்கிறான்.

பாண்டியன், செந்தமிழ்ச் சங்கம் முழக்கியிருக்கிறான்.

நான் குறிப்பிடும் பூந்தோட்டம் மூன்று பக்கம் முத்து குலுங்கிடும் கடல்களைக் கொண்டது!

ஒரு புறத்தே உயர்ந்த மலைத்தொடர் கொண்டது!
வளமான வயல்கள் வற்றாத ஜீவநதிகள் கொண்டது!

தளிரும், மலருமட்டுமல்ல; தங்கம் தருவது!

இத்தகைய பூந்தோட்டத்தை சொந்தமாக்கிடும் பணியில் ஈடுபட வாரீர் வாரீர் வழக்கு மன்றத்திற்கு என்று தான் உங்களை யெல்லாம் அழைக்கிறேன்.

இப்படி அழைப்பதிலே வகுப்புவாதம் கிடையாது - பூர்ஷுவாக் கொள்கை தலைநீட்ட இடமில்லை -குறுகிய மனப்பான்மை நிச்சயமாக இல்லை.

எல்லோரையுந்தான் அழைக்கிறேன். உயர்ந்த ஜாதி - தாழ்ந்த ஜாதி என்ற பேதம் பாராட்டி அழைக்க வில்லை.

அந்த பேதம் நீக்கப்பட வேண்டும் என்ற பெரு முயற்சியில் ஈடுபட்டிருப்பவர்களைச் சேர்ந்தவன்தான் நான்.

உயர்ந்த ஜாதிக்காரரை ஒழித்து விடுவதோ, தாழ்ந்த ஜாதிக்காரரை - உயர் ஜாதிக்காரராக்குவதோ எம் நோக்கமில்லை.

உயர்ந்தவனை கோபுரத்தின் உச்சியிலேயிருந்து இறக்கி, தாழ்ந்தவனை குப்பைமேட்டிலிருந்து எழுப்பி இருவரையும் சமநிலையான ஒரு மண்டபத்தில் அமரச் செய்ய வேண்டுமென்பதுதான் எம் போன்றோர் ஆசையெல்லாம்.

இதைத் தவிர உயர் வகுப்பாரிடத்திலே எந்த விதமான காழ்ப்பும் கொண்டவர்களல்ல நாங்கள்.

நாம் தாழ்ந்த நிலையில் உள்ளவர்களாயிற்றே - குழியினில் வீழ்ந்து கிடப்பவர்களாயிற்றே நம்மையெல்லாம் உயர்ந்த நிலையில் உள்ளவர்கள் அல்லவா கை கொடுத்துக் காப்பாற்றியிருக்கவேண்டும்.

அவர்கள் அந்தப்பணி புரிந்திருந்தால் இரு ஜாதிகள் மோதிக்கொள்வது என்ற நிலையிருந்திருக்காதே.

அவர்கள் படித்தவர்கள். பட்டம் பெற்றவர்கள். நூற்றுக்கு தொண்ணூறு பேர் கல்லூரி, கலாசாலை, பள்ளி களில் நுழைந்தவர்கள். சரித்திர வீதிகளில் நடந்தவர்கள்.

பூகோளச் சோலையில் உலவியவர்கள். விஞ்ஞானக் கடற்கரையில் அமர்ந்திருந்தவர்கள்.

படிக்காத-படிக்காமல் ஆக்கப்பட்ட-பாமர நிலையை விட்டுக் கரையேறாத மக்களையெல்லாம் பகுத்தறிவு கீதம் பாடிடச் செய்திருக்க வேண்டிய பொறுப்பை அவர்கள்- உயர் வகுப்பினர் எடுத்துக் கொண்டிருந்தால் கண்டனம் கிளம்பியிருக்காது, களிப்போடுகூடிய நன்றி தெரிவிக்கப் பட்டிருக்கும், ஒரு பெரிய சமுதாயத்தால்!

அந்த நாள்தொட்டு இந்த நாள் வரையில் பலமான அடி பீடம் அமைத்துக் கொண்டல்லவா ஜாதி முறை யென்னும் கோட்டை கட்டப்பட்டிருக்கிறது. அந்தக் கோட்டை தவிடு பொடியாகப் போகும் செயலிலே ஈடுபட கோட்டையில் உள்ளவர்களையே அழைக்கிறேன். நண்பர்களே! நதி, கடலிலே கலந்தால் கடல் நதி யாவதில்லை. நதியும் கடலாகிவிடும்.

ஆனால் தனிக் கலாச்சாரம் கொண்ட பெரியதொரு சமுதாயம் சிறியதோர் சமுதாயத்தின் கலாச்சாரக் கலப்பால் தன் தனிப் பெருமை இழந்து அழிந்துவிடும் நிலை பெறுகிற தென்றால்- எருக்க மலர்களைக் கூட தன் பூந்தோட்டத்திலே ஏற்றுக் கொள்கிற நிலைக்கு மனவளம் பெற்று விட்டதென்றால் வருந்தத்தக்க செய்திதானே இது!

ஒரு குடம் பாலிலே ஒரு துளி விஷம் கலந்தால் விஷம் பாலாகாது. பால் விஷமாகும். அதே நிலை தான் நமது பூந்தோட்டத்திலே வளர்ந்து வருகிறது.

ஜாதி உணர்ச்சி அது போலத்தான். ஜாதியென்னும் ஒரு சொல்லேயில்லாத சமுதாயத்தின் மீது படையெடுத்து பணிய வைத்துவிட்டது.

அந்த உணர்ச்சி சாதாரண மனிதர்களிடம் மட்டுமா; சர்வேஸ்வரனிடத்திலேகூட இருப்பதாகத்தானே புராதன நூல்கள் கூறுகின்றன.

கண்ணப்பன், கண்ணையிழந்துதான் நெற்றிக் [illegible]ணனிடம் 'நாயனார்' என்ற பட்டத்தைப் பெற முடிந்தது.

காரைக்காலம்மை அழகு மேனியை அலங்கோலமாக்கி, எலும்பு உருவிலே தலை கீழாக நடந்த பிறகு தான் ‘அம்மையே’ என்று அழைத்தார் அப்பன் பரமசிவன்.

சீராளனைக் கறி சமைத்து சிவனுக்கு விருந்து வைத்த பிறகுதான் சிறுத்தொண்டனுக்கு பக்தன் என்ற பதக்கம் மாட்டப்பட்டது. காரணம் இவர்களெல்லாம் தாழ்ந்த. ஜாதிக்காரர்கள். இதே நேரத்தில் தாயைக் கட்டிலறைக் கழைத்து, தந்தையைக் கொன்று மாபாதகம் புரிந்த உயர் சாதிக்காரர் ஒருவர் வைகைக் கரையிலே நின்று 'வரந் தருவாய் பரமனே!' என அழைக்க, 'வந்தேன் பக்தனே! என்று பெருமான், மோக்ஷலோக 'பாஸ்போர்ட்டு'டன் பக்தனை சந்திக்க வருகிறார்.

இத்தகைய ஜாதி வெறிக் கதைகள் யாருக்கு ஆபத்தை அளிக்கின்றன? இந்தக் கதைகளையெல்லாம் செல்லுபடியாகாதவை எனக் கூறி கடலிலே எறிந்திட

வேண்டியது உயர் வகுப்பார் கடமையல்லவா?

இந்தக் கதைகளும், இக்கதை காட்டும் வழியில் நடப்பவர்களும் தாழ்ந்த ஜாதியினர் எதிர்ப்புக்கு உள்ளா வதற்கு முன்பு தங்களை மாற்றிக் கொண்டிருந்தால் பூந்தோட்டத்தில் புயல் வீசிட வேண்டியதில்லையோ தென்றலல்லவா தெம்மாங்கு பாடியிருக்கும்!

எதிரே நிற்பவன் கையிலே கத்தியை வைத்துக் கொண்டு நின்றால், பக்கத்திலே போகிறவன் கைமுஷ்டியையாவது மடக்கிக் கொண்டுதானே போவான். அப்படி கைமுஷ்டி மடக்கினால் அதை வகுப்பு வாதம் என்ற கூறிவிட முடியும்?

கத்தியை கீழே வீசி விடச் சொல்லுகிறேன். கைமுஷ்டி காட்டவேண்டிய நிலை, தானே மறைந்துவிடும் என்று உறுதி கூறுகிறேன். கத்தி கீழே எறியப்பட்டால், கையை உயர்த்தி வருபவன் கை தாழ்த்திடுவான்- கசப்பு நீங்கும் - கைகுலுக்கப்படும் காட்சியைக் காணமுடியும்..

கத்தி-புராணங்கள் என்பது மட்டுமல்ல; பூர்ஷுவாத் தன்மை - புல்லுருவிக் கொள்கை எல்லாமே தான்!

அந்தக் கத்தி கைவிடப்படுமா? போர் ஒழிப்புப் புறா பறந்திடுமா? அல்லது பூந்தோட்டத்திலே புழுதி பறந்திடத்தான் வேண்டுமா?

அந்தப் புழுதி பரப்பிடும் வேலையிலே ஈடுபட வேண்டியதில்லை என்று கத்தி பிடித்திருப்போர் கூறி

விட்டால், பூந்தோட்டத்தை வசமாக்கிடும் வேலையிலே பூரிப்போடு அனைவரும் கை கோர்த்த வண்ணம் ஈடு படலாம்.

இல்லையேல் பலர் அந்தப் பணிபுரிய-சிலர் சிரித்துக் கேலி பேச - வேண்டாத ஒரு வெறுப்பு வளரத்தான் நேரிடும்.

அந்த வெறுப்பு, தோட்டத்தை வசமாக்கும் வேலையை சிறிது தாமதப்படுத்தும் என்பதைத் தவிர வெற்றிக்கு அணைபோட்டு விடமுடியாது என்பது மட்டும் தெளிவாகத் தெரிகிறது.

வண்ண மலர் வனத்தை நம் வசமாக்க வழக்கு நடத்துவோம்.

வனத்தில் எழுந்துள்ள பிரச்சினைகளை எப்படி எப்படி தீர்ப்பது என்பது பற்றி, கருத்துக்களைப் பரப்பிடுவோம். வழக்கு முடிந்து, நல்ல தீர்ப்புக் கிடைக்கும் வரையில் தோட்டத்திலே " எம்மலர் வைப்பது, வைத்த மலரை யார் பறிப்பது, என்கின்ற பிரச்சாரத்தில் ஈடுபடுவோம். ஆனால், இந்தப் பிரச்சாரத்திற்காக-வழக்கு நடத்தும் தீவிரத்திலிருந்து வழுக்கி விடாமல் நடப்போம்.

அப்படி நடைபோடும் நல்ல தம்பிகளைத் தான்- நான் குறிப்பிடும் பூந்தோட்டம் விரும்புகிறது. அந்த விருப்பத்தை நிறைவேற்றும் வீரர்களாகுங்கள்.

விருதுகள் காத்திருக்கின்றன. வெற்றிச் சிந்து கிளம்ப, நீங்கள் வீணை மீட்ட வேண்டியதுதான் பாக்கி!

தென்றல் தவழும்-புதுமணம் நீந்தும்-மானினம், தேன்சிட்டு, மயில், குயில், மாடப்புறா எல்லாமே புதுமைக் கலைவிருந்து படைக்கும்.

அந்த இன்பப் பூந்தோட்டம் காண இளைஞர் உலகுக்கு மீண்டும் ஒரு முறை அழைப்பு விடுக்கிறேன். வணக்கம்!

சென்னை இன்ஜினியரிங் கல்லூரியில் 6-12-51 ல் கலைஞர் ஆற்றிய சொற்பொழிவு.

★ ★ ★

Printed at Repro India Ltd.